mamã

mẹ

papá

bố

menino

trai

menina

gái

1

um

2

dois

3

três

4

quatro

5

cinco

6

seis

7

sete

8

oito

9

nove

chín

10

dez

mười

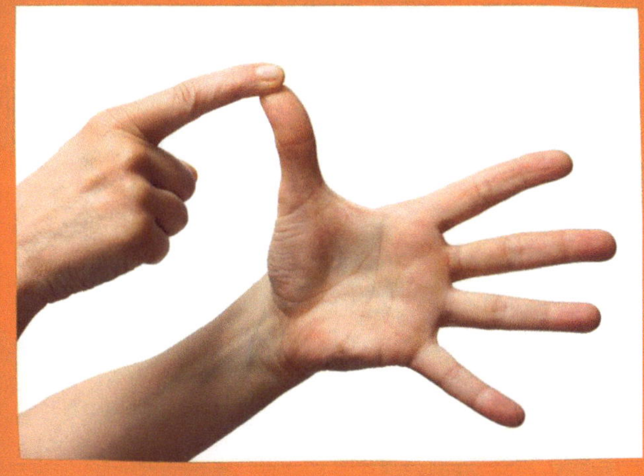

contar

đếm

escrever

viết

desenhar

vẽ

pintar

tô màu

círculo

hình tròn

quadrado

hình vuông

retângulo

hình chữ nhật

triângulo

tam giác

estrela

ngôi sao

preto

đen

branco

trắng

castanho

nâu

vermelho

đỏ

azul

xanh lơ

amarelo

vàng

verde

xanh lá

roxo

tím

cinzento

xám

laranja

cam

rosa

hồng

maçã

táo

banana

chuối

ananás

dứa

melancia

dưa hấu

pera

lê

uvas

nho

manga

xoài

pêssego

đào

morango

dâu tây

cereja

anh đào

laranja

cam

coco

dừa

limão

chanh

cogumelo

nấm

milho

ngô

tomate

cà chua

abóbora

bí ngô

pepino

dưa chuột

cenoura

cà rốt

batata

khoai tây

curgete

bí ngòi

espinafre

rau chân vịt

couve-flor

bông cải trắng

ovo

trứng

prato

đĩa

colher

thìa

faca

dao

garfo

nĩa

bolo

bánh

biberão

bầu sữa

doces

kẹo

queijo

pho mát

beber

uống

comer

ăn

quente

nóng

frio

lạnh

 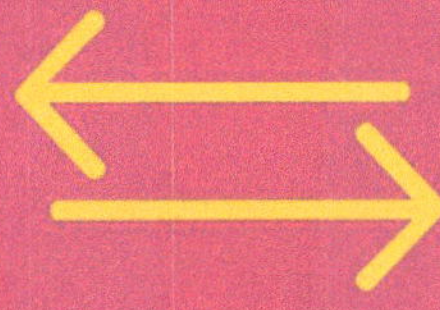 

pequeno

nhỏ

grande

to

 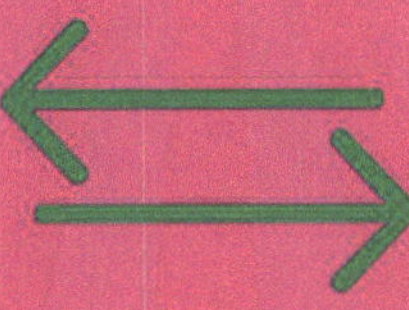

curto

ngắn

longo

dài

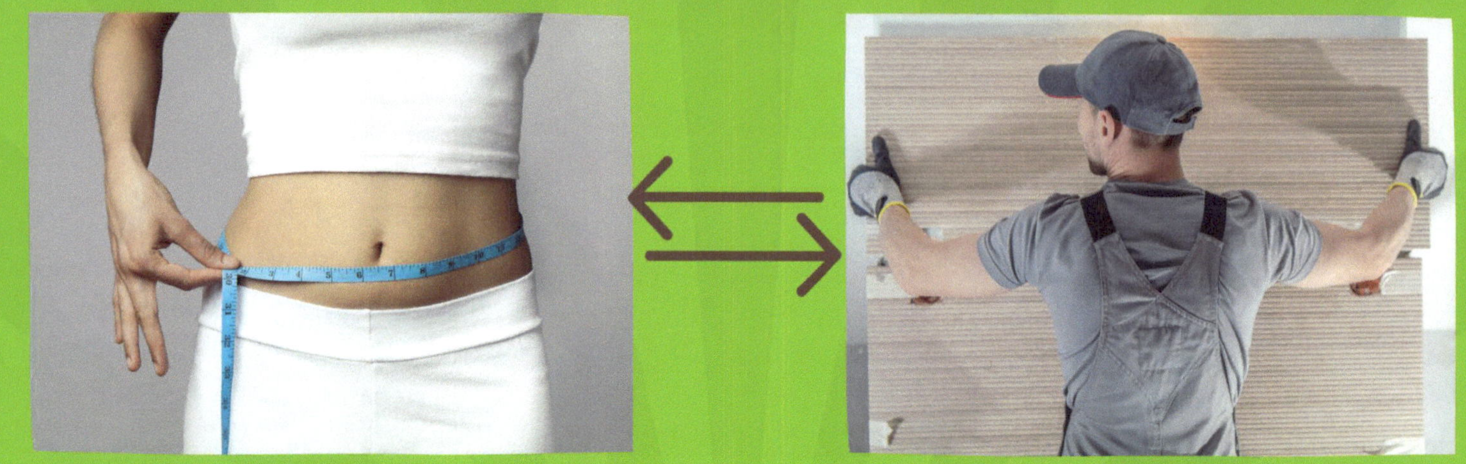

fino

mỏng

grande

rộng

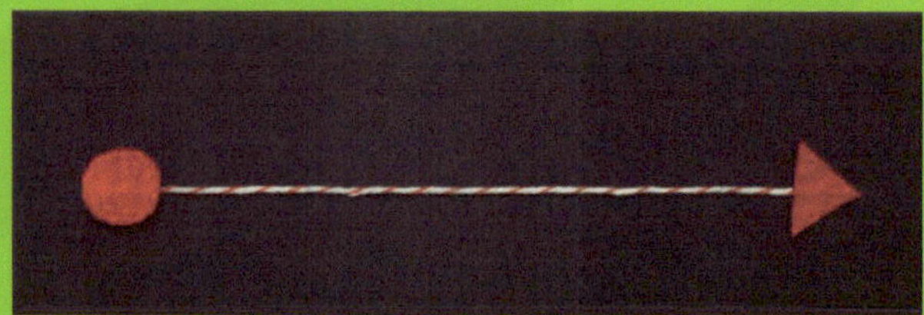

fácil

dễ

difícil

khó

levantar-se

đứng lên

sentar-se

ngồi xuống

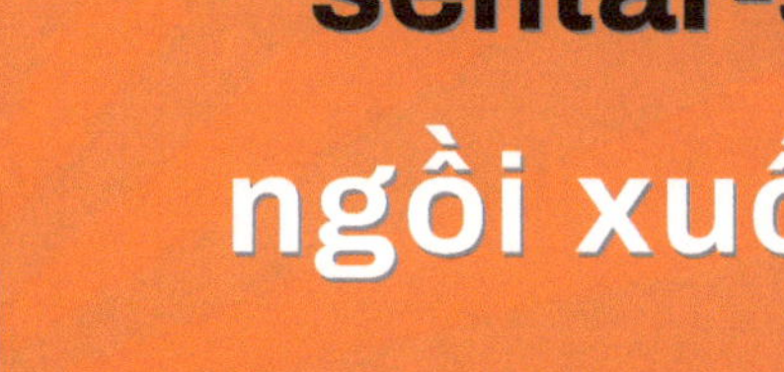

doce

ngọt

salgado

mặn

pesado

nặng

leve

nhẹ

dentro

trong

fora

ngoài

sujo

bẩn

limpo

sạch

fechar

đóng

abrir

mở

lápis

bút chì

relógio

đồng hồ

chave

chìa khóa

livro

sách

cama

giường

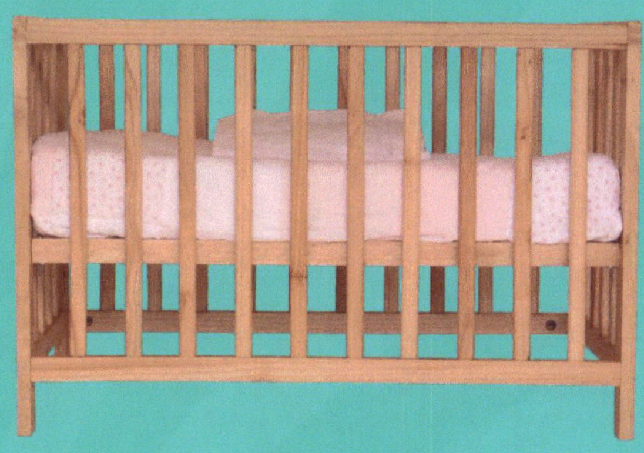

berço

giường cũi

mesa

bàn

cadeira

ghế

carro

xe ô tô

bicicleta

xe đạp

avião

máy bay

barco

thuyền

comboio

tàu hỏa

helicóptero

trực thăng

camião dos bombeiros

xe cứu hỏa

bombeiro

lính cứu hỏa

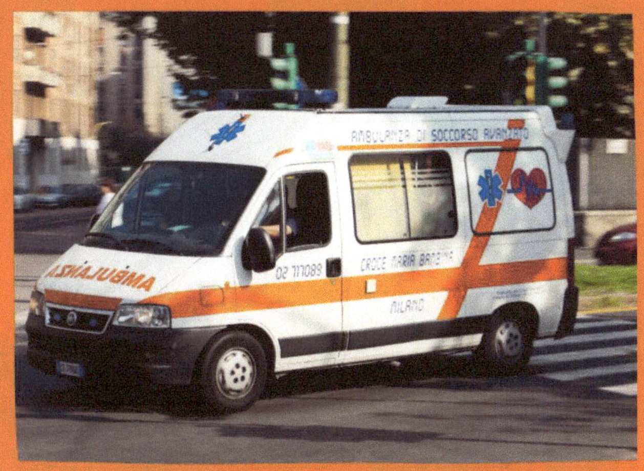

ambulância

xe cứu thương

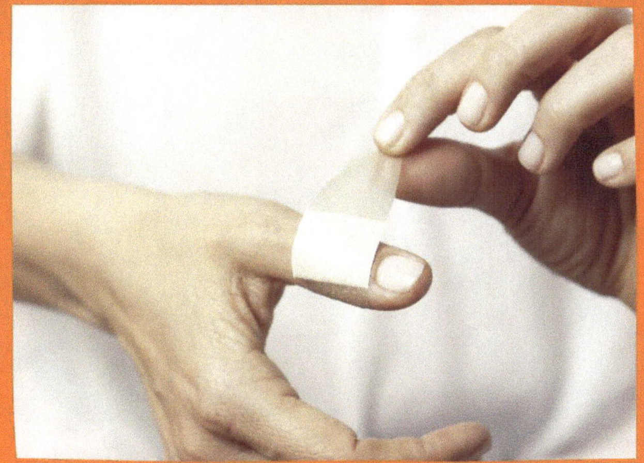

ligadura

băng

paramédico

nhân viên y tế

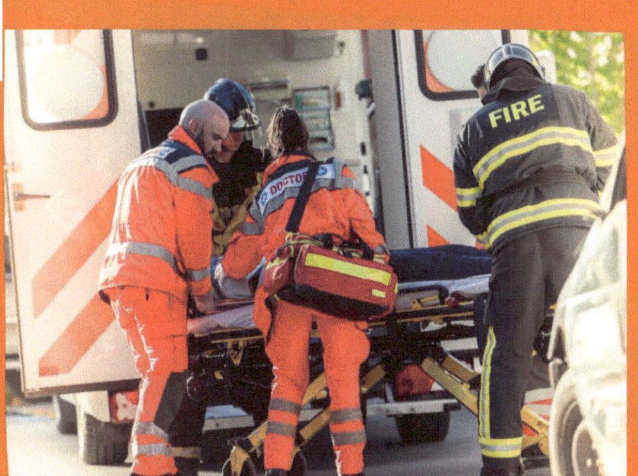

equipa de resgate

đội cứu hộ

floresta

rừng

montanha

núi

relva

cỏ

areia

cát

árvore

cây

flor

hoa

borboleta

bươm bướm

formiga

kiến

gato

mèo

cão

chó

cavalo

ngựa

rato

chuột

vaca

bò

porco

lợn

ovelha

cừu

pato

vịt

ganso

ngỗng

coelho

thỏ

peixe

cá

veterinário

bác sĩ thú y

médico

bác sĩ

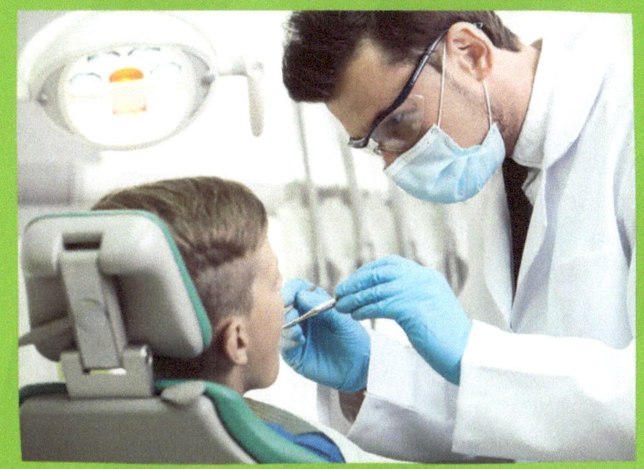

dentista

nha sĩ

farmacêutico

dược sĩ

enfermeira

y tá

cabeça

đầu

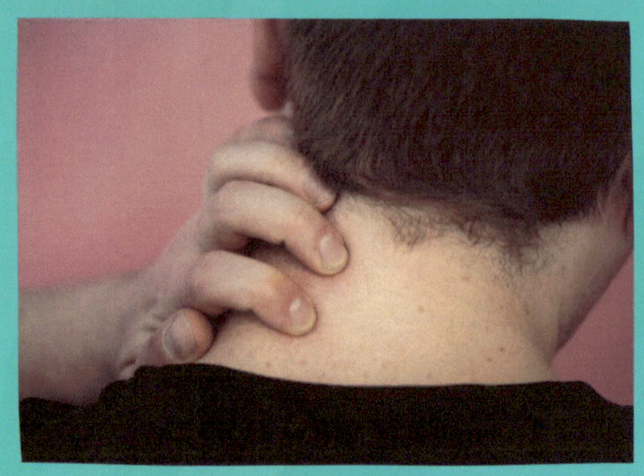

pescoço

cổ

pé

chân

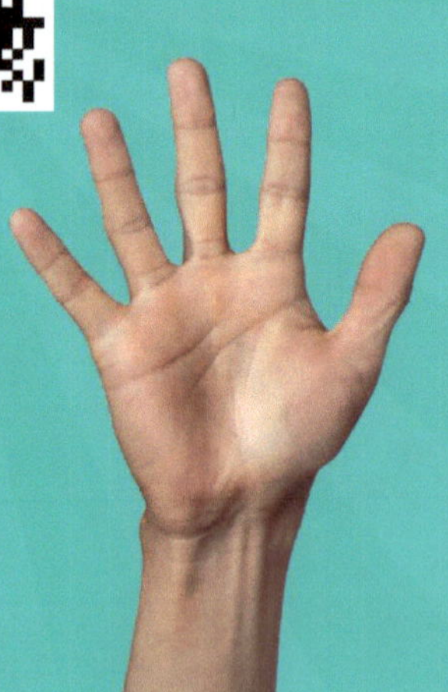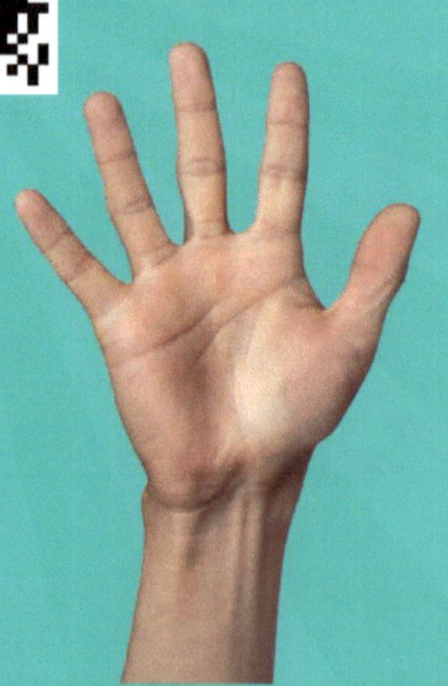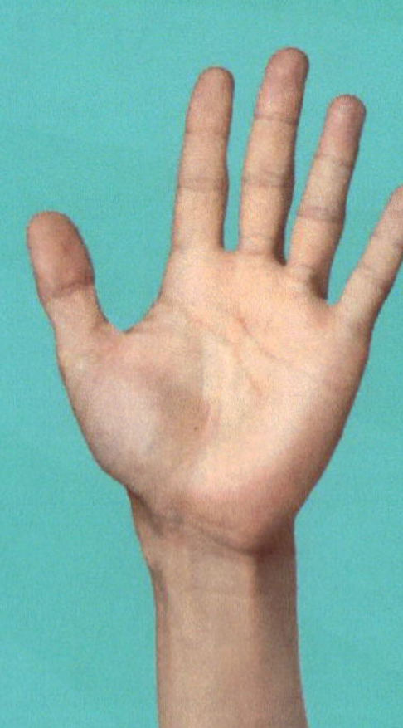

mão

tay

dentes

răng

olho

mắt

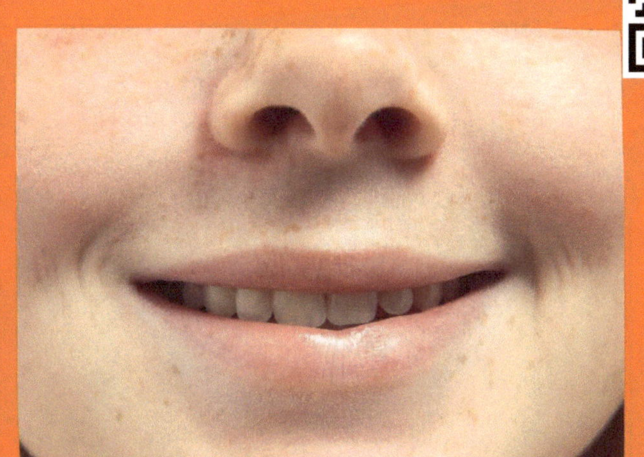

boca

miệng

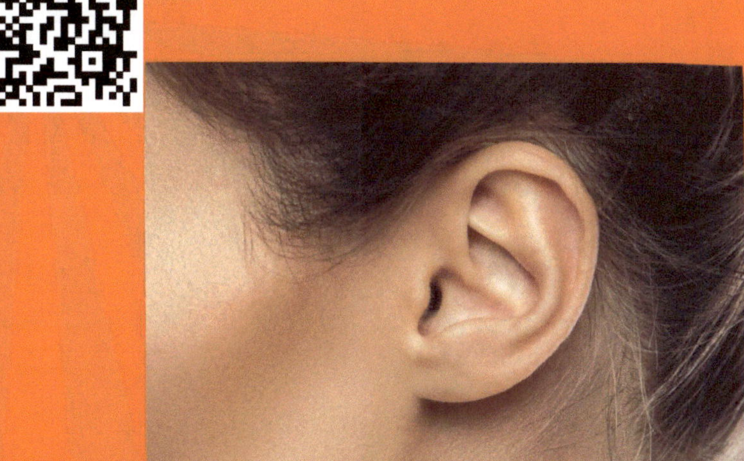

orelha

tai

chapéu

mũ

calças

quần dài

vestido

váy

sapatos

giày

casaco

áo khoác

cachecol

khăn quàng cổ

guarda-chuva

dù

óculos

mắt kính

sol

mặt trời

nublado

có mây

chuvoso

có mưa

lua

mặt trăng